MANKIND
LITERATURE

ആ മുറിവിലേക്ക്
ഇറങ്ങിച്ചെല്ലുന്നവരുടെ
ശ്രദ്ധയ്ക്ക്

Aa Murivilekku Irangichellunnavarude Sradhaykku
Malayalam/ Poems
Shifa Parveen

ISBN: 978-81-966976-5-5 (Paperback)

Painting : Krishna Prabhakaran
Cover Design : Shafeek Subaida Hakkim
Layout : Amal M G
First printing edition 2024

₹130

Mankind Literature
A Booklove Initiative
Puthiyangadi post, Calicut-673021
booklovecalicut@gmail.com
+91 9744 155 666

www.booklove.co.in

ആ മുറിവിലേക്ക്
ഇറങ്ങിചെല്ലുന്നവരുടെ
ശ്രദ്ധയ്ക്ക്

ഷിഫ പർവീൻ

MANKIND
LITERATURE

ഷിഫ പർവീൻ

മലപ്പുറം ജില്ലയിലെ അരീക്കോട്-നോർത്ത് കൊഴക്കോട്ടൂരിൽ അബ്ദുൽ സലാം, സാറാബി മുണ്ടോടൻ ദമ്പതികളുടെ മകളായി 2000 മാർച്ച് 16ന് ജനനം. എ എൽ പി സ്കൂൾ നോർത്ത് കൊഴക്കോട്ടൂർ, സുല്ലമുസ്സലാം ഓറിയന്റൽ ഹയർ സെക്കന്ററി സ്കൂൾ എന്നിവിടങ്ങളിൽ സ്കൂൾ വിദ്യാഭ്യാസം. മലപ്പുറം ഗവണ്മെന്റ് കോളേജിൽ നിന്ന് മലയാള സാഹിത്യത്തിൽ ബിരുദവും കോഴിക്കോട് ഗവണ്മെന്റ് ആർട്സ് ആന്റ് സയൻസ് കോളേജിൽ നിന്ന് ബിരുദാനന്തര ബിരുദവും കരസ്ഥമാക്കി. കൊട്ടാരക്കര ബസേലിയോസ് മാർത്തോമ്മ മാത്യൂസ് II ട്രെയിനിങ് കോളേജിൽ ബി എഡ് വിദ്യാർത്ഥിനിയാണ്.
മാതൃഭൂമി ആഴ്ച്ചപ്പതിപ്പ്, ചന്ദ്രിക, രിസാല തുടങ്ങിയ ആനുകാലികങ്ങളിൽ കവിതകൾ പ്രസിദ്ധീകരിച്ചിട്ടുണ്ട്.
ജീവിതപങ്കാളി :മുഹമ്മദ് ഫാരിസ്

വിലാസം :വലിയ പീടിയേക്കൽ, നോർത്ത് കൊഴക്കോട്ടൂർ, അരീക്കോട് പി ഒ-മലപ്പുറം-673639

ഇ മെയിൽ - shifasalam33@gmail.com

ആമുഖം

മറ്റുള്ളവരിലേക്ക് ഉറ്റുനോക്കുമ്പോൾ രൂപപ്പെടുന്ന കവിതാചിത്രങ്ങൾക്ക് അവനവന്റെ മുഖച്ഛായ തോന്നി തുടങ്ങിയപ്പോഴാണ് കവിതയെന്നെ ശരിക്കും ഊട്ടിതുടങ്ങിയത്.
എനിക്ക് ചുറ്റുമുള്ള മനുഷ്യർ, അവരോട് സംവദിക്കുന്ന എന്റെ മാത്രം ഭാഷ. ജീവിതത്തിന്റെ ചെറിയ ആത്മ സംഘർഷങ്ങളെ വരികളാക്കുമ്പോൾ അതിന്റെ തീവ്രത മറ്റുള്ളവരിലേക്ക് പടരുന്ന സ്കെച്ച് പേപ്പറായി കവിതകൾ. കണ്ടുമുട്ടുന്ന മനുഷ്യരിലൊക്കെയും കവിതയുണ്ടെന്ന് പാടി നടന്നപ്പോഴും വെളിച്ചം കാണാത്ത അക്ഷരങ്ങളെ ഞാൻ ചേർത്തുവെച്ചു. കൂട്ടി വെച്ച വരികളെ വെറുതെ കാറ്റിൽ പറത്തി.
ഞാൻ പോലുമറിയാതെ ക്ലാസ്സിലെ ചവറ്റുകൊട്ടയിൽ നിന്ന് അവ പെറുക്കിയെടുത്ത് തുന്നിക്കെട്ടി പുസ്തക രൂപത്തിൽ തന്ന കൂട്ടുകാരി... എഴുത്തിലെ എന്റെ പ്രതീക്ഷകളിലേക്ക് വീണ വെട്ടമായിരുന്നു അത്. പിന്നെയും കുത്തികുറിച്ച് കൊണ്ടിരുന്നു. സ്നേഹവും സൗഹൃദവും എന്തെന്ന് പഠിപ്പിക്കാൻ പാകത്തിന് ഏറെ പ്രിയപ്പെട്ട ഒരുവൾ കവിതയുടെ വഴിയേ എന്നെ കൂട്ടികൊണ്ടുപോയി. അവളോട് സംസാരിക്കുമ്പോൾ മാത്രം എന്റെ കവിതകൾക്ക് പുതുജീവൻ വെച്ചുതുടങ്ങി. അവളിലേക്കുള്ള വഴിയിൽ പിന്നീടെന്റെ കവിതകളെ ഞാൻ കൂട്ടിവെച്ചു. സ്നേഹനഷ്ടത്തെ, മനുഷ്യബന്ധങ്ങളെ, വിഹ്വലതകളെ, ഒറ്റയായതിനെ, കൂട്ടിരുന്നതിനെ എല്ലാമെല്ലാം

ഞാൻ കവിതയാക്കി.എന്റെ മനുഷ്യരെയൊക്കെയും ഞാൻ കവിതയിൽ രൂപപ്പെടുത്തി.
എന്റെ സംതൃപ്തിയുടെ നിലനിൽപ്പിന് കവിത ഹേതു ആയി. സങ്കടങ്ങളിൽ, സന്തോഷങ്ങളിൽ എനിക്ക് എഴുതാൻ മുട്ടി. ആർട്സ് കോളേജിൽ വെച്ച് ആനുകാലികങ്ങളിലേക്ക് എഴുത്തയക്കുമ്പോഴും തുടരെ തുടരെ കവിതകൾ പ്രസിദ്ധീകരിച്ച് വന്നപ്പോഴും കവിതകൾ ആനന്ദം നൽകിയെന്നെ നിലനിർത്തി.
കണ്ണടക്കുമ്പോൾ, ഉള്ളിൽ രൂപപ്പെടുന്ന സ്വപ്നമുണ്ട്... ഇഷ്ടപ്പെട്ട അലങ്കാരവസ്തുക്കൾ വാങ്ങിത്തരാൻ വാശി പിടിച്ചിരുന്ന കാലത്ത് കഥാപുസ്തകങ്ങളെ കൊണ്ട് എന്നെ അന്തിയുറക്കിയ ഉമ്മ, സാഹിത്യക്യാമ്പുകളിലെല്ലാം പങ്കെടുപ്പിച്ച് 'നീ എഴുത് 'എന്ന് നിശബ്ദമായി എന്നോട് പറഞ്ഞിരുന്ന എന്റെ ആദ്യകാല അധ്യാപകർ...എഴുതാൻ നമുക്ക് ചുറ്റും കാരണങ്ങളുണ്ടെന്ന് എന്നെ പഠിപ്പിച്ച പ്രിയപ്പെട്ട മലയാളം അധ്യാപിക.. സ്നേഹനഷ്ടത്തെ വേദനയോടെ ഓർത്തിരിക്കുന്ന... തുടരെതുടരെ എന്നെ വായിക്കുന്ന ഉപ്പ, പുസ്തകങ്ങളുടെ മണവുമായി എന്നെ സ്നേഹിച്ച എന്റെ സൗഹൃദങ്ങൾ, ഇൻസ്റ്റാഗ്രാമിൽ നിന്ന് എഴുത്ത് അപ്രത്യക്ഷമാകുമ്പോൾ അന്വേഷിച്ചുവരുന്ന എന്റെ മനുഷ്യർ.... ഇതെല്ലാം ഒരു പുസ്തകമാക്കുന്നത് എന്നാണെന്ന് ചോദിച്ച് ചോദിച്ച് എന്റെ ആഗ്രഹത്തെ പെരുപ്പിച്ച പ്രിയപ്പെട്ടവർ... നന്ദി..
കവിതയാണ് നിന്റെ വഴിയെന്ന് ഓർമ്മിപ്പിച്ചതിന്..

പ്രിയ വായനക്കാരെ,
ഇനി നിങ്ങളെ ഞാൻ ഏൽപ്പിക്കുകയാണ്, ചേർത്തു വെക്കാം..ഉപേക്ഷിക്കാം.
ഒരു വരിയിലെങ്കിലും
നിങ്ങൾ നിങ്ങളെത്തന്നെ കണ്ടുമുട്ടാതിരിക്കില്ല ,തീർച്ച

കവിതകൾ

ഒരു തയ്യൽക്കാരൻ ശ്വാസകോശം പടക്കുന്ന വിധം

നാട്ടിലെ നാരാണേട്ടന്റെ
തയ്യൽമെഷീനിലെ പടപ്പുകളിൽ
കുഞ്ഞുടുപ്പുകൾക്ക് മാത്രം
കഴുത്തിന് വട്ടമേറും.

എട്ടുമാസം മുൻപ്
പെമ്പറന്നോത്തിയുടെ വലതുവശത്ത്
കിടന്നിരുന്ന കുഞ്ഞിനെയോർക്കും.
പെറ്റിട്ട മൂന്നാംനാൾ തൊട്ട്
ഓൾക്ക് ഉണ്ടായ വിഭ്രാന്തിയിൽ
നാരാണേട്ടൻ മാത്രം മിണ്ടാണ്ടിരിക്കും.
'നിന്റെ തള്ളേം തള്ളേടെ തള്ളേം പെറ്റതിങ്ങനാ'എന്ന
വല്യമ്മച്ചീടെ ഉപദേശത്തിന് മുൻപിലും
ഓള് ജീവച്ഛവമായിരിക്കും.
കണ്ണിമവെട്ടാതെ കുഞ്ഞിനെ നോക്കും.
തിരിഞ്ഞ് കിടക്കും...
അപ്പോൾ നാരാണേട്ടൻ ഓളെ ഓരത്തിരിക്കും,
തലോടും.
ഉറക്കമില്ലായ്മയുടെ കറുത്തപാടിൽ
അയാള് തൊടും.
കുഞ്ഞിനെ ഉമ്മവെക്കും.
ഉന്നം തെറ്റാതെ ഓള് അതിനെ നോക്കിയിരുക്കും.

പെറ്റിട്ടതിന്റെ തൊണ്ണൂറാം നാളാണ്
കുഞ്ഞിന് അനക്കമില്ലാണ്ടായത്.
നിലവിളികൾക്കിടയിലും ഓള് മാത്രം
സമാധാനത്തോടെ ഉറങ്ങി.

കുഞ്ഞു കഴുത്തിൽ
വിരലമർന്ന പാടുകളിൽ അമ്മമണം
മുലപ്പാല് ചുരത്തി.
അപ്പോഴും നാരാണേട്ടൻ
ഓളെ ചാരത്തിരുന്ന് ചുമലിൽ ഉമ്മവച്ചു.
വിഭ്രാന്തി പൊടുന്നനെ കണ്ണീരായി.
'സാരല്യാ'ന്ന് പറഞ്ഞ് നാരാണേട്ടൻ
തയ്യൽമെഷീനിലിരുന്നു.
അന്ന് മുതൽ തയ്ക്കുന്ന
ഉടുപ്പുകൾക്ക് കഴുത്തിനേറെ
വട്ടമിട്ടു.

ഒരു തയ്യൽകാരൻ ശ്വാസകോശം പടക്കുന്നത്
ഈ വിധമാണെന്ന്
അങ്ങേര് പിറുപിറുത്തു.

യുദ്ധ ഭൂമിയിലെ ബലൂണുകൾ

യുദ്ധ ഭൂമിയിലെ ബലൂണുകൾ യുദ്ധകാരണമറിയാതെ
ഇരകളാവാൻ വിധിക്കപ്പെട്ടവയാണ്.
ഊതി വീർപ്പിച്ച് പാകമാകുംമുമ്പേ
ഉടല് തുളഞ്ഞ് വീഴുന്നവയാണ്.
തീർച്ചയായും അവ യുദ്ധത്തിന്റെ
കാരണമറിയാത്തവയാണ്.
പിടഞ്ഞു മരിക്കുന്നവരെയും
പടപൊരുതി ജയിക്കുന്നവരെയും
പേടിയോടെ നോക്കുന്നവയാണ്.
നോക്കൂ...
യുദ്ധമവസാനിച്ച ഭൂമിയിൽ നിറയെ
ചിതറിയ ബലൂൺ പൊട്ടുകൾ.
അല്ലാ...
ഉയിര് പോകാതെ ഉടഞ്ഞുവീണ
കുഞ്ഞൻ തലച്ചോറുകൾ.

ഊട്ടു ചർച്ച

'ഉച്ചഭക്ഷണം' ഹോട്ടലിലെ
ഊട്ടുപുരയിൽ വേവൊത്ത്
വകതിരിഞ്ഞോരോ വിഭവവും
ഒച്ചപ്പാടായി...

മൊരിഞ്ഞ പോർക്കിന്റെ
എല്ലില്ലാ കഷ്ണങ്ങൾ
അച്ചായന്റെ വായിലെ
വെള്ളപ്പാച്ചിലിനെ വാഴ്ത്തി.
മസാലപ്പൊടികൾ പോർക്കിന്റെ
'കുമ്പസാരം' കേട്ടു.

മാപ്ലമാരെ വെള്ളിയാഴ്ച്ച ഞാനാന്ന്
പോത്തുങ്കാല് മുതൽ
തലച്ചോറ് വരെ
ചട്ടീന്ന് ഓർമ്മിപ്പിച്ചു.
ഔറാക്കാന്റെ ബീവി
ദമ്മിട്ട ബിരിയാണി
വെന്ത പോത്തിന്
'കലിമ' ചൊല്ലിക്കൊടുത്തു.

വാഴന്റേലേന്ന് തോരനും കാളനും
അവിയലും അഞ്ചൂട്ടാനും...
ഏമ്പക്കം വിട്ട് വിരല് നക്കി
വയറ് നിറക്കുന്ന
നാരാണന്റെ തറവാട്ടുകാരെ
ജാതകം നോക്കി വാഴ്ത്തി.

വക്ക് പൊട്ടി മൂട് തേഞ്ഞ
മൺകലത്തിൽ ആവി പറക്കണെ
പൊടിയരിക്കഞ്ഞി മാത്രം
'വാ' തുറന്നില്ല.

പനിച്ചൂടിന്...
ഉള്ള് കാളുമ്പോൾ...
വിശന്ന് തളരുമ്പോൾ...
ഞരമ്പിനൽപ്പം അനക്കം പകരുമ്പോൾ
മതം നോക്കാൻ നേരമുണ്ടാവാറില്ലെന്ന്
വെട്ടിത്തിളച്ചുകൊണ്ടത് പ്രതികരിച്ചു.

കോഴിക്കറി

എല്ലാ മാസവും ഇരുപത്തിരണ്ടാന്തി
അടുക്കളേന്ന് കോഴിക്കറീടെ മണമടിക്കും..
അമ്മീമ്മലിട്ട് തേങ്ങയരച്ച്
പിഴിഞ്ഞുണ്ടാക്കുന്ന കറീല്
നാല് കഷ്ണങ്ങൾ മാത്രം പൊന്തും.

പള്ളീലെ മൊല്ലാക്ക
അന്തിക്ക് ചെലവിന് വരും..
വല്ലിമ്മ വാത്ക്കന്ന് ഞങ്ങളെയാട്ടും.
'ഒരു കഷ്ണം കോഴി എടുത്ത് വെക്കോ'ന്ന് ഞാൻ
കെഞ്ചും.
'മൊല്ലാക്ക തിന്നട്ടെ... അല്ലേല് ബറക്കത്ത് പോകും.'
വല്ലിമ്മ ചൂടാവും.
കറി അടിയൂറ്റിക്കുടിച്ച് മൂപ്പര് പോകും.
കൊതി കടിച്ചമർത്തി ഞാൻ പിറുപിറുക്കും.

ഇരുപത്തിരണ്ടാന്തി
ആരും കാണാതെ കോഴിക്കഷ്ണം
ഞാൻ എടുത്തുമാറ്റി.
കണ്ടം കുറഞ്ഞതിന് വല്ലിമ്മ പൊക്കി.
'കള്ള സുബർ'ന്ന് വിളിക്കാതെ
കവിളിൽ ഒന്ന് തടവി വല്ലിമ്മ നിന്നു.
എല്ലാ മാസവും കിട്ടുന്ന കോഴി കഷ്ണമോർത്ത്
അന്നേരം എന്റുള്ളില് പൂവൻകോഴി കൂവി.

മൊല്ലാക്ക പോയപാടെ വല്ലിമ്മ
കയ്യിലൊരു നൂല് കെട്ടിത്തന്നു.
'ആർത്തിയുടെ ശൈത്താൻ ന്റുട്ടിനെ വിട്ട് പോട്ടേ'ന്ന്

പറഞ്ഞ്
ഊതിത്തന്നു.
ന്റുള്ളിലെ പൂവൻ കോഴി അപ്പാടെ ചത്തു.
തിന്ന കഷ്ണം കയ്യിട്ട് മാന്തി ഞാൻ ഛർദ്ദിച്ച് കളഞ്ഞു.
ശൈത്താൻ ഒഴിഞ്ഞെന്ന് വല്ലിമ്മ ഊറ്റം കാട്ടി.
നാല് കണ്ടവും തിന്നാൻ
അടുത്ത ഇരുപത്തിരണ്ട് വരെ ഞാൻ കാത്തിരുന്നു.

കൂയ്

മീൻക്കാരൻ മമ്മദിന്റെ
'കൂയ്' ഞങ്ങൾക്ക് കേവലം
കൂവലല്ലായിരുന്നു.

മുറ്റമടിക്കുന്ന ഉമ്മാക്ക്
ആവിയിൽ വേവുന്ന പുട്ട്
കുത്തിപ്പുറത്താക്കുന്നതിന്റെ
സൈറൺ കൂടിയാണത്.

തസ്ബീഹ് മാലയിൽ
വിരല് പായിക്കുന്ന വല്ലിമ്മാനെ
കോഴിക്കൂടിനടുത്തെത്തിക്കുന്ന
മാജിക്കുണ്ടതിൽ.

ശ്വാസം വിടാതെയുള്ള കൂവൽ
വെറുംവയറ്റിൽ കുടിക്കേണ്ട
എണ്ണമറ്റ ഗുളികപ്പൊട്ടുകളെ
വല്ലിപ്പ മറക്കാത്തതിന്റെ ഹേതുവാണ്.

ഇവിടെ മമ്മദ് കൂവുന്നതും
അവിടെ ഉപ്പ വീഡിയോക്കോൾ ബട്ടൺ
ഞെക്കുന്നതും ഒരേ വീർപ്പിലാണ്.

തൊണ്ടക്ക് കാൻസർ വന്ന്
മമ്മദിന്റെ കൂവൽ നിന്നതോടെ
ആവിപരത്തി
പുട്ട് അടുക്കളെ പുകച്ചു.

തസ്ബീഹ് മാലയിലെ
വിരൽസഞ്ചാരം
നിർത്താതെ പാഞ്ഞു.
ഗുളികപ്പൊട്ടുകൾ
വെറുംവയറിനെ മറന്നു.

ഉപ്പാന്റെ വീഡിയോക്കോൾ
മ്യൂട്ട് അല്ലാഞ്ഞിട്ടും ആരും
കേൾക്കാതെയുമായി.

നോക്കണേ നിങ്ങൾ,
എങ്ങനെയിത്രമേൽ ഒരു 'കൂവൽ'
വീടിനെ താങ്ങുന്നതെന്ന്...
മാഞ്ഞുപോയൊരു അടയാളം
മനുഷ്യനെ മാറ്റുന്നതെന്ന്...

'കൂവൽ' നിലനിൽപ്പിലേക്കുള്ള
കൂവൽ കൂടിയാണ്...

കൂയ്... കൂയ്...

ഉമ്മാന്റെ പെരുന്നാൾ

പെരുന്നാൾ പടത്തിൽ
ഉമ്മാന്റെ ചിരിക്ക് മാത്രം വോൾട്ടേജ് കുറയും.
അത്തറ് മുക്കിയ കുപ്പായത്തിൽ
പായസമാവാതെ ഉപ്പ നോക്കും.
കയ്യിലെ മൈലാഞ്ചി ചോത്തത്
ഞാൻ വീണ്ടും വീണ്ടും ഉറപ്പിക്കും.
ഇക്കാക്കാന്റെ ഫ്രീക്കൻ ഷൂ ഫോട്ടോല് കിട്ടാൻ
ഓൻ പ്രത്യേകം ശ്രദ്ധിക്കും.
'ഓക്കേ' ബട്ടൺ ഞെക്കി ഞങ്ങളെ പടമാക്കി
മൊബൈല് ചിരിക്കും.
ഫോട്ടോയിൽ ഉമ്മച്ചിന്റെ
ക്ഷീണം പിടിച്ച കണ്ണ് മാത്രം വടക്കോട്ടാകും.
കയ്യിലെ കരിപ്പാടുകൾ
മഞ്ഞിച്ച വിരലുകളിൽ മൈലാഞ്ചിയാകും.
'ഈദ് മുബാറക്ക്' നേരും.
ഉറക്കൊഴിച്ചുള്ള അടുപ്പൂത്തിൽ
ഉമ്മച്ചീനെയാകെ പുക മണക്കും.
കണ്ണ് നിറഞ്ഞൊഴുകും.
ഉള്ളിയരിയാൻ ഇനിയുമുണ്ടെന്നോതി
ഉമ്മ ഫ്രെയിമൊഴിയും.

കല്യാണ പിറ്റേന്ന് അടുപ്പ് കാണാൻ വന്നോരെ
എന്നും ഉമ്മച്ചിയോർക്കും.
'ഓൾക്ക് അടുപ്പത്ത്ന്ന് ഒഴിയണത് ഇഷ്ടല്ല്യാന്ന്' പറഞ്ഞ
മൂത്ത അമ്മായിനെ വെളിച്ചെണ്ണയാക്കും.
തിളച്ച അമ്മായിയോട്
പൊട്ടിത്തെറിക്കുന്ന കടുകായി
ഉമ്മ അന്നേരം മാറും.

കയ്യിലെ ചപ്പിയ പൊള്ളലുകൾ നീരൊഴുക്കും.
നീറ്റലോടെ അണ്ടിയും മുന്തിരിയും വറുക്കും.
ഉച്ചക്ക് തീൻമേശനിറയും.
വേവ് കുറഞ്ഞെന്നും ഉപ്പു കൂടിയെന്നും കേൾക്കും.
ഉമ്മച്ചി മാറി നിന്ന്
ചുട്ടു കത്തണ കൈപ്പടത്തെ വെള്ളത്തിൽ മുക്കും.
പൊള്ളലിന്റെ അടയാളങ്ങൾ
അന്നേരം വാ തുറക്കും.
അടുപ്പ് നോക്കും.
മൂത്ത അമ്മായിനെ തെറിവിളിക്കും.

പെരുന്നാൾ പടത്തിലെ ഉമ്മാന്റെ ചിരി മാത്രം
വോൾട്ടേജ് കുറഞ്ഞതാവും.

റൂം നമ്പർ പതിനൊന്ന്

ഉപേക്ഷിക്കപ്പെട്ട അനാഥക്കുഞ്ഞിന്റെ
വെപ്രാളമായിരുന്നു ആദ്യമെനിക്ക്.
വീടില്ലാത്ത ഒരു കൂട്ടം ആളുകൾ
കൂടെ ചേർന്നതിൽ പിന്നെ
കലണ്ടറിൽ തിയ്യതികൾ തെളിഞ്ഞു.
ഹോസ്റ്റൽ മുറിയിലെ പനിച്ചൂട്
പ്രിയപ്പെട്ടവരെ തിരഞ്ഞുകൊണ്ടിരുന്നു.
പ്ലേറ്റിൽ വിളമ്പിയ ചാറിൽ
ഉപ്പ് ചുവയ്ക്കാൻപോലും പറ്റാത്തത്ര ആഴത്തിൽ
ആദ്യമാദ്യം തൊണ്ടവരണ്ടു.

പിന്നീട് വന്ന പനിക്കാലങ്ങളെ
ഒപ്പിയെടുക്കാൻ പാകത്തിൽ പ്രായമായത്
ഞങ്ങൾക്കെല്ലാം ഒരുമിച്ചായിരുന്നു.
തളർന്നിരിക്കുമ്പോൾ ചുമലുകൾ നീട്ടി
ആദ്യമവൾ മേൽക്കൂരയായി.
കാലാവസ്ഥ തീർത്ത കഫത്തെ നീക്കാൻ
ആവി പിടിപ്പിച്ച് മറ്റവൾ ചുമരുകളായി.
ഒരേ പകർച്ചവ്യാധികളാൽ
ഞങ്ങൾ രോഗികളായി.
എങ്കിലും ഞങ്ങൾ വാർഡുകളുപേക്ഷിച്ചു.
അതേ മേൽക്കൂരയ്ക്ക് താഴെ
ഒരു ചുമരിനുള്ളിൽ ഞങ്ങൾ ആശുപത്രിയായി..
മരിക്കാൻ മുട്ടുമ്പോൾ
'ജീവിതം' എന്നലറാൻ ഒച്ച കനത്തു.

വാർഡുകളില്ലാത്ത ആശുപത്രി ചുമരിനുള്ളിൽ
മാഞ്ഞുപോകാത്ത സ്നേഹത്തിന്റെ വസൂരി കലകളാൽ
ആ ഏഴുപേർ പിച്ചും പേയും പറഞ്ഞു.
അനാഥക്കുഞ്ഞിന്റെ വെപ്രാളം
പതിയെ എനിക്കൊരു വീട് തന്നു.
സ്നേഹത്തിന്റെ വസൂരിക്കലകൾ അങ്ങനെ
എന്റെ മേൽവിലാസക്കോളം നിറച്ചു.

തീ വെളിച്ചം തുപ്പുന്നു...

പെണ്ണുങ്ങൾക്ക് മാത്രം
നേരത്തെ പാതിരയാകുന്ന
മതിൽക്കെട്ടിനകത്തായിരുന്നു
അവൾ..

അന്തിയ്ക്ക് ആണുങ്ങൾ ചാടിക്കടക്കണെ
അതേ കല്ല് കൊണ്ട് നിർമ്മിച്ച മതിലിനകത്ത്.
പെൺചന്തി പതിയുമ്പോൾ മാത്രം
ഇരുട്ട് സാദാചാരം തീർക്കുന്ന
ഹോസ്റ്റൽ മതിലിനകത്ത്...

'ഇരുട്ടിൽ കണ്ണ് കാണാത്ത
മൂങ്ങയല്ല' ഞങ്ങളെന്നോതി
ഹോസ്റ്റൽ മെസ്സിൽ വച്ച്
അന്നാദ്യമായി ഒരുത്തി തീ തുപ്പി!
ബാക്കി അറുപത് പെണ്ണുങ്ങളും
തീ തുപ്പി..!
പെണ്ണിന്റെ തീയിൽ ചൂടേറ്റ്
മതില് പുളഞ്ഞു.

അന്നന്തിയ്ക്ക് ഇരുട്ടുണ്ടായില്ല.
പിന്നീടങ്ങോട്ടും പെണ്ണിന് മാത്രം
ഇരുട്ടുണ്ടായില്ല.
അന്ന് തുപ്പിയ തീ നിറയെ
പെണ്ണിന്റെ വെളിച്ചമായിരുന്നു.

അപ്പൻ

അന്ന് ആദ്യമായി
അപ്പൻ ഉള്ളുതുറന്ന് ചിരിച്ചു.

കയറിൽ മരപ്പലക ചേർത്ത്
അപ്പനെന്നെ
മതിവരുവോളം ആട്ടി.

വെന്ത ഇറച്ചി ആദ്യമായി
ഉള്ളിൽ തട്ടിയ അമ്മയ്ക്കരികിൽ
മുതുക് തടവി ഏറെനേരം
അപ്പൻ നിന്നു.

ചോർന്നൊലിക്കുന്ന ഓട്ടിൻപാളിയിൽ
പട്ടിക വച്ച് അപ്പൻ
അതേചിരി ചിരിച്ചു.

ഉറങ്ങാൻ നേരം അപ്പൻ
കഥപറഞ്ഞുകൊണ്ടിരുന്നു.

പുലർന്നപ്പോൾ..
ഊഞ്ഞാലിൻ കയർ
പട്ടികയിൽ തൂങ്ങിയിരിക്കുന്നു.

അതിന്റെ അറ്റത്ത്
കഥ അവസാനിച്ചതിന്റെ
ചിരിയിൽ അപ്പനും...

നഗരം

ആരും കാണാതെ കടലാസുപൂക്കൾ
സമ്മാനിക്കുന്ന
ആ നീളൻ കുപ്പായക്കാരനോട്
നഗരം കാണണമെന്ന്
അവൾ പറഞ്ഞു.

ആരും എത്തിപ്പെടാത്തിടത്ത്
വറ്റിയ പുല്ലുകൾക്കിടയിൽ വച്ച്
അയാൾ നഗരം കാണിക്കാനൊരുങ്ങി.

പാവാട പകുതി പൊക്കി
അയാൾ കടല് കാണിച്ചു.
കയർ പൊട്ടിച്ചങ്ങനെ
കപ്പൽ കയറി.
തോളിലൂടെ റെയിൽപ്പാളം വരച്ചു.
ചുണ്ടുകളിൽ ട്രാഫിക് സിഗ്നലിൽ ചുവപ്പ് കത്തിച്ചു.

നഗരമിത്രമേൽ ഭയാനകമെന്നോർത്ത്
ആ നാട്ടിൻപുറത്തുകാരി
തെരുവുവിളക്ക് കണക്കെ
തെളിഞ്ഞും ഇരുണ്ടും
മറഞ്ഞു...

ഉമ്മൂമ്മ ബഷീറാണ്

ഉമ്മൂമ്മ ബഷീറാണ്...
ചിക്കി ചിരകി ഉമ്മറം നാറ്റിക്കുന്ന
കോഴിക്കുഞ്ഞിനെ കയ്യിലെടുത്ത്
ഉമ്മൂമ്മ കിന്നരിക്കും.
മുറീലെ മൂലേല് മാറാല തൂങ്ങിയത്
കാണാത്ത പോലെ നിൽക്കും.
'അയ്റ്റങ്ങളെ എടങ്ങേറാക്കണ്ടാ'ന്ന് പറഞ്ഞ്
എട്ടുകാലി കൂടുകെട്ടണത് നോക്കിയിരിക്കും.
മൺകലങ്ങളെ തേച്ച് കുളിപ്പിക്കും.
ചിരട്ടക്കയില് ചായേല് മുക്കി
ആസ്വദിച്ച് കുടിക്കും.
'മണ്ണിന്റെ ചൊയ ന്ത് രസാ...'ന്ന് പറഞ്ഞ്
മുറ്റത്ത് മണ്ണ് കൂട്ടി അടുപ്പ്ണ്ടാക്കും.
പറമ്പിലെ പിലാവില് കൂട് കൂട്ടിയ
അടക്കാക്കുരുവിയെ
എന്നും കാലത്ത് എത്തിനോക്കും.
ചത്ത് കെടക്ക്ണ
കാക്കക്കുഞ്ഞിനെ നോക്കി
'പടച്ചോന്റെ വികൃതി'ന്ന് വിലപിക്കും.
കുഴിച്ചിട്ട 'കാവുത്ത്'കുത്തിയെടുത്ത്
കൂട്ടാൻ വച്ച് ഉമ്മൂമ്മ തിന്നും.
കയ്യിലെ തഴമ്പ് ഞെക്കി
പറമ്പ് കിളയ്ക്കാൻ കൈക്കോട്ട് തപ്പും.
ഉച്ചമയക്കത്തിൽ ഞെട്ടിയെണീറ്റ്
'ഭൂമിയുടെ അവകാശികൾ' ഉമ്മൂമ്മ തുറക്കും.
മണ്ണിരയേയും ഉറുമ്പിനെയും ചേരയേയും
ഉമ്മൂമ്മ പറമ്പില് പരതും.
ഒക്കെ പടച്ചോന്റെ പടപ്പോളാന്ന് ഉറപ്പിക്കും.

പനിച്ച് കെടക്കണെ പകലില്
പറമ്പീന്ന് ഒച്ച നിക്കും.
അടുക്കളേൽ മൺകലം തെറ്റിനിക്കും.
മാറാല ഉമ്മൂമ്മക്ക് ദുആ ചെയ്യും.
ഒക്കെ ഭൂമിയുടെ അവകാശികളാന്ന്
പനിച്ചൂടിലും ഉമ്മൂമ്മ ഓർക്കും.
ഉമ്മൂമ്മ ബഷീറാണ്...
അല്ലെങ്കിൽ ഉമ്മൂമ്മയെ കാണുമ്പോഴൊക്കെ
ഞാൻ ഓർക്കുന്നത് ബഷീറിനെയാണ്.

ദൂരം

എന്റെ വിയർപ്പിനിപ്പോൾ
തലച്ചോർ തുളയ്ക്കുന്ന മണമാണെന്ന് നീ പറഞ്ഞു.
മുല്ലപ്പൂ പരക്കുന്ന എന്റെ മുടിയിഴകൾക്ക്
കാറിയ എണ്ണയുടെ വഴുക്കാണെന്ന്
നീയും പറഞ്ഞില്ലേ...
കഥകൾ പറഞ്ഞ ചുണ്ടുകളൊക്കെയും
വരണ്ടുണങ്ങിയ മരുഭൂമിയായെന്ന്
നമ്മളിരുവരും സമ്മതിച്ചു.

'ഒരുപാട് ദൂരം പോയല്ലേ...?'
അതെ,
പ്രണയിതാക്കളായിരുന്നവർ
വിവാഹിതരായ
വലിയ ദൂരം...

കറുപ്പ്

എന്റെ വെളുത്ത അക്ഷരങ്ങളെ വായിച്ചെടുത്ത
നിങ്ങളൊരുപക്ഷേ...
കറുത്ത പ്രതലത്തെ ശ്രദ്ധിച്ചുകാണില്ല.
നക്ഷത്രങ്ങളിൽ രൂപങ്ങളിട്ട
നിങ്ങളുടെ റൂട്ട് മാപ്പിൽ
ഇരുണ്ട ആകാശത്തെ
വരച്ചുകാണില്ല.
വെളുത്ത കണ്ണുകളിലെ
കറുത്ത കൃഷ്ണമണികൾ
നിങ്ങളത്ര ഓർക്കുന്നില്ല.
കറുത്ത മുടിയിഴകളിൽ
നട്ടുനനച്ച മുല്ലപ്പൂവിനെ
മണക്കുന്നിടത്തോളം നിങ്ങൾ
കറുപ്പിനെ ആസ്വദിക്കുന്നില്ല.
അപ്പോൾ പിന്നെ എങ്ങനെയാണ്
ഇത്രമേൽ വെറുപ്പിൽ
കറുപ്പിനെ അടയാളമിടുന്നത്...

വീട് വീട്ടിറങ്ങുമ്പോൾ...

വീട് വിട്ടിറങ്ങുമ്പോൾ
ഉമ്മറത്തെ പേരറിയാത്ത
പൂവൊരെണ്ണം
സംസാരിച്ചു തുടങ്ങും.
നട്ടുനനച്ചതിന്റെയും
താലോലിച്ചതിന്റെയും
കഥകളൊക്കെയും അത്
ഓർത്തെടുക്കും.
ആകാശം തൊടും മുന്നേ
ആഴത്തിലിറങ്ങിയ
വേരുകളൊക്കെയും
അറുത്തുമാറ്റി
പുതിയ മണ്ണിനെ
ചുംബിക്കുന്നതിനെ
കുറിച്ചത് വേദനപ്പെടും.

അങ്ങനെ
വീട് വിട്ടിറങ്ങുന്നതിന് മുൻപ്
ഒരു ജീവിതം അത്
ജീവിച്ചു തീർക്കും.

മണം

അന്നുമുതൽ
വൈകുന്നേരങ്ങളിൽ അപ്പനെ
കള്ള് മണത്തില്ല.
പകരം,
അസർമുല്ലയുടെ മണം
അപ്പന്റെ ദേഹം മൊത്തം പടർന്നു.
നാലുകാലിലുള്ള അപ്പനെ കാണുമ്പോൾ
കരയാത്ത അമ്മയുടെ കണ്ണ്
കലങ്ങിത്തുടങ്ങി.
ഇറച്ചിവെട്ടുകാരി പാറു
കുളികഴിഞ്ഞ് മുടിവാരിക്കെട്ടി
കുളക്കടവിൽ നിന്ന് പോകുമ്പോഴാണ്
പിന്നീടെനിക്ക് അസർമുല്ലയുടെ
മണമടിച്ചത്.
അമ്മച്ചിയുടെ കലങ്ങിയ കണ്ണുകൾ
അന്നുമുതലെന്നെ നോവിച്ചു.
എങ്കിലും...
അപ്പൻ അമ്മച്ചിയെ സ്നേഹിക്കാതിരുന്നിട്ടില്ല.
കള്ള് മണക്കാത്ത വൈകുന്നേരങ്ങളിലൊന്നിൽ
അപ്പന്റെ കെട്ടിപ്പിടിത്തത്തിൽ
അസർമുല്ലയുടെ മണം
ശ്വസിച്ചു ശ്വസിച്ചാണ്
ന്റമ്മച്ചി ചത്തുപോയത്.
അപ്പന് അമ്മച്ചിയോട്
ഒടുക്കത്തെ സ്നേഹമായിരുന്നത്രേ...

നുണയൻ

സ്കൂൾ ടൂറിനു പൈസയില്ലാത്തതിനാൽ
ഛർദ്ദിയെ ഹേതുവാക്കി രക്ഷപ്പെട്ടും
ക്ലാസ്സ് ഫോട്ടോ വാങ്ങാൻ
വകയില്ലാത്തതിനാൽ
പനിച്ചൂടിനെ കൂട്ടുപിടിച്ച്
ഫ്രെയിമിൽ നിന്ന് ഒഴിഞ്ഞുമാറിയും
കളർ ഡ്രെസ്സിടാനുള്ള
ബുധനാഴ്ചയിൽ പോലും
യൂണിഫോം പ്രേമിയായി
വേഷം കെട്ടിയും
ഈ പട്ടിണിയെന്നെ
വലിയ നുണയനാക്കി...

നമ്മൾ

യുദ്ധത്തിനൊടുവിൽ
നഷ്ടങ്ങൾ മാത്രം
ബാക്കിയായ രണ്ടു
രാജ്യങ്ങളാണ് നമ്മൾ...

ഏറ്റുപറച്ചിൽ പോലും
തട്ടി തിരികെത്തെറിച്ച
അതിർത്തിക്കിരുവശത്താണ്
നമ്മൾ...

രണ്ടു ഭാഷകളിൽ
ഒരേ അർത്ഥമൊളിപ്പിച്ച
കയ്യക്ഷരങ്ങളാണ് നമ്മൾ...

ഹൃദയങ്ങൾ പറിച്ചെടുക്കുമ്പോൾ

രണ്ടുപേർ പരസ്പരം
കെട്ടിപ്പിടിച്ച് വേർപെടുമ്പോൾ
ഉടല് ഒരിറ്റുപിന്നിലേക്ക്
ചായുന്നതെന്തിനാണ്?
കെട്ടിപ്പിടിക്കുന്നതിന്റെ
ഇരട്ടി ശക്തിയിൽ
ഒട്ടിപ്പിടിച്ച രണ്ട് ഹൃദയങ്ങളെ
പറിച്ചെടുക്കുന്ന
വേദന കൊണ്ടാണത്...

അറ്റം

നേരെ പോയാലും
വളഞ്ഞുതിരിഞ്ഞാലും
കയറിയിറങ്ങിയാലും
നിന്നിലെത്തുന്നു,
എന്റെ മാത്രം
വഴിയുടെ അറ്റം.

ഇറങ്ങിപ്പോക്ക്

നീ പോയതിൽ പിന്നെ
പെയ്തതൊന്നും മഴയല്ല,
പ്രിയപ്പെട്ട ഒന്നിന്റെ
ഇറങ്ങിപ്പോക്കിൽ
ആകാശത്തിന്റെ ഭീകരമായ
കരച്ചിലാണത്...

അടയാളങ്ങൾ

അടയാളങ്ങളൊന്നുമില്ലാതെ
ആരും അത്ര എളുപ്പത്തിൽ
ഇറങ്ങി പോകുന്നില്ല...
ഇന്നലെ
വെട്ടിയ മരം നട്ട
വെയിൽ പോലെ...

വേര്

അവസാന ഇലയും പൊഴിഞ്ഞ
മരത്തിന്റെ ചില്ലയിൽ
എന്നും വന്നിരിക്കാറുള്ള കിളിയോട്
മരം ചോദിച്ചു:

'അല്പം തണൽ പോലും
അവശേഷിക്കാത്തിടത്ത്
നീയിങ്ങനെ...?'

'നിന്റെ ഇലകളേ നഷ്ടപ്പെട്ടുള്ളൂ...
വേരിപ്പോഴും മണ്ണിലാണ്.'
കിളി ചിലച്ചു...
മരം ചിരിച്ചു...

മറന്നു കാണണം

മഴയൊഴിഞ്ഞാൽ
മടങ്ങിവരാമെന്നേറ്റൊരാളെ
മാനം തെളിഞ്ഞിട്ടും
കാണാനില്ല...
വെളിച്ചം തട്ടിയപ്പോൾ
മറന്നുകാണണം.

പാകമായ കുപ്പായങ്ങൾ

പാകമായ കുപ്പായങ്ങളിൽ
നമ്മൾ വരച്ചുചേർത്ത മനുഷ്യരില്ലേ...
പിഞ്ഞിക്കീറി നരച്ചുപോകാൻ
നമ്മൾ അനുവദിക്കാത്ത
കുപ്പായങ്ങൾ തുന്നിയ മനുഷ്യർ?
ഒട്ടിയ വിയർപ്പിലും ഊരിയിടാൻ
ഇഷ്ടമില്ലാത്ത മനുഷ്യർ?

പാകമായ കുപ്പായങ്ങളിൽ
വരച്ചുചേർത്ത മനുഷ്യർ
അങ്ങനെയാണ്.
തിരിച്ചിറക്കമില്ലാതെ
നൂലിഴകൾ അവരെ
തുന്നിച്ചേർക്കുമത്രേ...

പുതപ്പ്

ഓർക്കാപ്പുറത്ത് പെയ്ത മഴയിൽ
ഓർമ്മവന്നത് നിന്നെയാണ്.
ഒന്നുറക്കെ പെയ്യുമ്പോഴേക്കും
ആർത്തുകരയുന്ന നിന്നെ.
മൈലാഞ്ചിച്ചെടിക്ക്
അതറിയാമെന്ന് തോന്നുന്നു.

അല്ലെങ്കിൽ
പിന്നെയെങ്ങനെയാണ്
ഒരു നനവ് പോലും തൊടാത്തവിധം
നിന്നെ അമർത്തി പുതച്ചത്.

പ്രിയപ്പെട്ട മനുഷ്യർ

തിരിച്ചിറങ്ങാൻ ചുമരിൽ
ഒരു തുള പോലും
ഇല്ലാത്തതുകൊണ്ടാണത്രേ
അവർ ഉള്ളിലിങ്ങനെ
കുടുങ്ങിക്കിടക്കുന്നത്.
പ്രിയപ്പെട്ട മനുഷ്യർ
അങ്ങനെയാണ്,
വന്നു കയറിയ വാതിൽ
മനഃപൂർവ്വം മറന്നുകളയും.

ആത്മഹത്യാക്കുറിപ്പ്

സത്യമായിട്ടും
ഞാൻ എഴുതിയതിൽ
എനിക്കേറ്റവും പ്രിയപ്പെട്ട
കവിതയായിരുന്നു അത്.
നിങ്ങളതിനെ
ജീവിതം മടുത്തവളുടെ
വറ്റിയ ചോരയാക്കുന്നു.

കണ്ണാടിപോലെ

കണ്ണിലിങ്ങനെ
തെളിഞ്ഞുനിൽക്കുന്ന
കണ്ണാടി പോലത്തെ
മനുഷ്യരില്ലേ...
സൂക്ഷിക്കണം!
ഉടഞ്ഞുപോകുമ്പോൾ
ഉള്ളിൽ തറച്ച്
നമ്മുടെ
ശ്വാസമെടുക്കാൻ
കഴിവുള്ളവരാണവർ.

ഉടലിലൊരു കവിത

ഇറങ്ങിപ്പോയവരുടെ
അടയാളങ്ങൾ പേറുന്ന
മനുഷ്യനെപ്പോഴും
ഉടലിലൊരു കവിത സൂക്ഷിക്കും.
മറന്നുവച്ചതെന്തെങ്കിലും
തിരിച്ചെടുക്കാൻ അവർ
വന്നെങ്കിലെന്ന് ആഗ്രഹിക്കും.
ചിതറിക്കിടക്കുന്ന ഹൃദയത്തിൽ
ഒരു നാലുവരി ഇപ്പോഴും
അവശേഷിക്കുന്നുണ്ട്.
ചിലരുടെ കടന്നുവരവിൽ
മാത്രമത് കവിതയാവാറുണ്ട്.

ദിശ മറന്നവർക്ക്

അരികിലേക്കുള്ള
ദിശ മറന്നവർക്ക്
വെട്ടിത്തെളിച്ചൊരു
വഴിയൊരുക്കാതിരിക്കുക.
പകരം,
മുള്ളുകളും കൂർത്തകല്ലുകളും
വഴിയിലുപേക്ഷിക്കുക.
അരികിലെത്തണം
എന്നുള്ളവർക്ക്
ഇതൊന്നും മുടങ്ങിപ്പോക്കിന്റെ
ഹേതു ആവില്ല...

കാടാവുന്നു നീ...

കയറിവരുമ്പോൾ...
മുൾവേലികളാൽ
അതിർത്തി കാക്കുന്ന,
വൻമരങ്ങളാൽ
ഇരുട്ടുതീർക്കുന്ന,
നടവഴിയിൽ മൂർച്ചയുള്ള
കല്ലുകൾ വീണ
വലിയ കാടാവുന്നു നീ...

തണല് കണ്ടാൽ

തണല് കണ്ടാൽ
തളർന്നിരിക്കുമെന്നാണെങ്കിൽ
വെയിലിലൂടെ മാത്രം നടക്കുക.
താങ്ങാനാളുണ്ടെന്ന് കരുതി
തളരാനാണ് ഭാവമെങ്കിൽ
ആദ്യം പറഞ്ഞത്
നിങ്ങളോടല്ല...

കനൽ

അറുപതുകാരന്റെ
ബീഡിക്കുറ്റിയിലെ
കെട്ടണയാത്ത കനലിനെ
ശ്രദ്ധിച്ചിട്ടുണ്ടോ?

ആസ്വദിക്കാനാവാത്ത ബാല്യവും
ആളൊഴിഞ്ഞ യുവത്വവും പേറി
ബാധ്യതകളുടെ വലിയ കിണറ്റിലെ
വെള്ളമിങ്ങനെ കൂട്ടിയും കുറച്ചും

ഒടുക്കം...
മറ്റാർക്കോവേണ്ടി
ചുമന്ന ഭാണ്ഡക്കെട്ടുകളുടെ
കഥയൊക്കെയും കൂട്ടിച്ചേർത്ത
രേഖാചിത്രം പുകച്ചു തുപ്പി
അറുപതുകാരന്റെ ബീഡിക്കുറ്റിയിലെ
കനലിങ്ങനെ കെടാതെ കിടപ്പുണ്ട്...

പെട്ടെന്ന് മരണപ്പെട്ടവന്റെ മുറി

പെട്ടെന്ന് മരണപ്പെട്ട ഒരാളുടെ മുറിയ്ക്കകത്ത്
ഒറ്റയ്ക്കൊന്നു കയറി നോക്കണം.
അഴിച്ചിട്ട കുപ്പായങ്ങളിൽ
അയാൾ കയറിയിരിക്കുന്നത് കാണാം.
ചുമരിലെ കണ്ണാടിയൊന്നിൽ
അയാൾ പ്രതിഫലിക്കും.
എഴുതിച്ചേർത്ത ഡയറിയിൽ
പുലർച്ചെ ചെയ്തുകൂട്ടേണ്ടവ
എത്തിനോക്കും...
നൂറായിരം സ്വപ്നങ്ങൾക്ക് പിറകെ
ഓടുന്നതിനിടയിൽ
മരണം എത്ര ക്രൂരനായാണ്
പെരുമാറിയതെന്ന്
മുറിയ്ക്കകത്തെ തലയണ
വേവലാതിപ്പെടും.
മരണപ്പെട്ടതറിയാതെ
നാല് ചുമരുകൾ അയാളെ കാത്തിരിക്കും..

പെട്ടെന്ന് മരണപ്പെട്ടവൻ
മരണപ്പെട്ടോ... എന്നുപോലും
നമ്മൾ സംശയിക്കും.

മഴയോർമ്മ

ഒലിച്ചിറങ്ങി മഴ
കിടപ്പറ കുളിപ്പിച്ചപ്പോൾ
പെയ്യാനാകാത്ത
ഒരു മഴക്കാലം പേറി
അച്ഛനുണ്ടായിരുന്നു...
അതിൽ കൂടുതലൊന്നും
മഴ തന്ന ഓർമ്മകളിലില്ല.

കാട്

ഒറ്റപ്പെട്ടുതുടങ്ങിയപ്പോൾ
ഒപ്പമിങ്ങനെ മരങ്ങൾ കൂടിച്ചേർന്ന്
ഒടുക്കം
ഇരുട്ടാണത്രേ കാടുകൾ
സൃഷ്ടിച്ചത്...

എങ്ങനെ ക്രൂരനാകാം?

വല്ലാതെ അടുക്കുക,
വെറുതെ സംസാരിച്ചുകൂട്ടുക,
ആകാശത്തും ഭൂമിയിലും
നിങ്ങളെ വരച്ചിട്ട
ഹൃദയം പാകമാകുമ്പോൾ
യാത്ര പറച്ചിലിനു പോലും
കാത്തിരിക്കാതെ
ഇറങ്ങിയോടുക.
പ്രിയപ്പെട്ടവരെ വ്രണപ്പെടുത്തിയങ്ങനെ
ചിരിക്കുക...
ഒരു പൈസ പോലും
മുതൽ മുടക്കില്ലാതെ
അങ്ങനെ നിങ്ങൾക്ക്
ക്രൂരനായ മനുഷ്യനാവാം...

അമ്മ മരിച്ച വീട്

മുറ്റം നിറയെ ചിതൽപ്പുറ്റുകളാണ്.
കെട്ടഴിഞ്ഞ കുറ്റിച്ചൂലതാ
ചിതറിത്തെറിച്ചിരിക്കുന്നു.
ഉമ്മറപ്പടിയിൽ അപ്പോഴും
ഊമയായ ഒരു പൂച്ച ഞെരങ്ങുന്നു.
മൺകലങ്ങളൊക്കെ
മണ്ണിലിങ്ങനെ
മടുത്തു കിടക്കുന്നു.
അടുപ്പിൻ കുഴലോ
പുക തുപ്പാതെ
ഒതുങ്ങിയിരുന്നു.
ആളില്ലാത്തിടമാണോ?
അല്ല...
അമ്മ മരിച്ച വീടാണ്.

സത്രം

തളരുമ്പോൾ
ചെന്നിരിക്കാൻ പാകത്തിൽ
സത്രങ്ങളാകാറുണ്ട് ചിലർ.
അവിടെ നമ്മൾ
വേദനയുടെ ഭാണ്ഡക്കെട്ട്
അഴിച്ചുവയ്ക്കും.
ആശ്വാസത്തിന്റെ ആഴം തിരിച്ചറിയും.
എപ്പോഴും കയറിച്ചെല്ലാനൊരു
സത്രം കരുതണം മനുഷ്യൻ.
ഒരാൾക്കെങ്കിലും ചെന്നിരിക്കാൻ
പാകത്തിനൊരു സത്രമാകണം
മനുഷ്യൻ.

ഏട്ടനേയും കാത്ത്

'അല്ലെങ്കിലും ഏട്ടനിഷ്ടം
അമ്മാളുവിനോടാ...'
അനുസരണക്കേട്
കാണിക്കുമ്പോൾ
കളിപ്പാട്ടങ്ങളെല്ലാം അപ്പുറത്തെ
അമ്മാളുവിന് കൊടുക്കുമെന്ന്
ഏട്ടൻ പറയുമ്പോൾ ഞാൻ
ചിണുങ്ങുന്നത് ഇങ്ങനെയാണ്...

പിറന്നാളിന് അച്ഛൻ
വാങ്ങിത്തന്ന ഉടുപ്പ്
അമ്മാളുവിനാണ് ചേർച്ച
എന്ന് പറഞ്ഞ്,
കണക്ക് പേപ്പറിലെ
മാർക്ക് കണ്ട് അമ്മാളുവിന്
ഇതിനേക്കാൾ ഉണ്ടല്ലോ എന്ന് കളിയാക്കി,
എന്നെ ഇങ്ങനെ
പിരികേറ്റും.

ചുഴിയിൽപ്പെട്ട്
അമ്മാളുവിനെ കാണാതായ
പിറ്റേന്നാണ്
പണ്ടെങ്ങോ കളഞ്ഞുപോയ
എന്റെ മോതിരം
തപ്പിയെടുക്കാമെന്ന് പറഞ്ഞ്
ഏട്ടൻ പുഴയിൽ ചാടിയത്.
നേരം ഇത്രയായിട്ടും
ഏട്ടനെ കണ്ടില്ല...

കിട്ടിയ മോതിരം
പുഴയിൽ വച്ച് അമ്മാളുവിന്
കൊടുത്തുകാണും.
അല്ലെങ്കിലും ഏട്ടനിഷ്ടം
അമ്മാളുവിനോടാ...
തേങ്ങലിന്റെ വക്കത്ത്
ഏട്ടനെയും കാത്ത് ഞാനിതാ...

ആരും ആരുടേതുമല്ല

ഇനിയാരും കടന്നുവരാനില്ല.
ഒരു നോട്ടം കൊണ്ടോ,
തലോടൽ കൊണ്ടോ
ആരും അരികുപറ്റാനില്ല.
മുൻപെപ്പോഴോ കെട്ടിപ്പിടിച്ചതോർത്ത്
ഇനി അതുണ്ടാകണമെന്നില്ല.
കൊടുത്തതും തന്നതുമായ
ചുംബനങ്ങളുടെ നേർത്ത മധുരം
നല്ലകാലത്തിന്റെ ഓർമ്മയായി സൂക്ഷിക്കുക.
ആരും ആരുടേതുമല്ല...
ഓർക്കുക,
ആരും ആരുടേതുമല്ല.

നീ തന്നത്

പണികഴിഞ്ഞ്
അപ്പൻ വരാറുള്ള
വൈകുന്നേരങ്ങളിലൊരുനാൾ
ആ പതിവ് തെറ്റിച്ചപ്പോൾ
പിന്നെ ആർക്കുവേണ്ടിയും
കാത്തിരിക്കാറില്ല.
അപ്പൻ മരിച്ച നാലാംനാൾ
ചുമട്ടുകാരൻ ചന്ദ്രന്റെ കൂടെ
ഒളിച്ചോടിയ അമ്മയെ
കുടുംബക്കാരെല്ലാം കുറ്റപ്പെടുത്തിയപ്പോഴും
എനിക്ക് പ്രത്യേകിച്ചൊന്നും തോന്നിയില്ല.
ഉടുക്കാൻ പിഞ്ഞിയതല്ലാത്ത
ഉടുപ്പില്ലാത്തതിനാൽ,
ആള് കൂടിയിടത്തുവച്ച്
അമ്മാവൻ അപമാനിച്ചപ്പോഴും
ഞാൻ കരഞ്ഞില്ല.
ആരും കൂട്ടുകൂടാത്ത
അവസാന ബെഞ്ചിലിരിക്കുന്ന
ചുരുണ്ടമുടിക്കാരിയോട്
ആദ്യമായിട്ട് ചിരിച്ചത് നീയായിരുന്നു.
ഒരു കാരണവുമില്ലാതെ
സംസാരിച്ചു കൂട്ടിയതും നീയായിരുന്നു.
അങ്ങനെ നീയെന്നെ ചിരിക്കാൻ പഠിപ്പിച്ചു.
ഉള്ള് തുറക്കാൻ പഠിപ്പിച്ചു.
ജീവിതമെന്തൊക്കെയോ ആണെന്ന് പഠിപ്പിച്ചു.
കയറി വന്നതിനേക്കാൾ എളുപ്പത്തിൽ
നീ ഇറങ്ങിപ്പോയപ്പോൾ
അന്ന് ആദ്യമായി ഞാൻ കരഞ്ഞു.

ഉള്ള് പൊട്ടിക്കരഞ്ഞു.
ഇറങ്ങിപ്പോയവരാരും തരാത്ത
എന്തോ ഒന്നായിരുന്നു നീ തന്നത്.
അത്...
സ്നേഹമായിരുന്നു.

വെളിച്ചം ഇത്രമാത്രമാണ്

വീടുവിട്ടിറങ്ങാൻ
അമ്മച്ചി എന്നെ സമ്മതിച്ചിട്ടില്ല.
അമ്മച്ചിയും
വീടുവിട്ടിറങ്ങിയിട്ടില്ല.
എന്നും വീടിന്റെ തെക്കേ ജനൽ
ഒരെണ്ണം തുറന്നിടും.
വെളിച്ചം തിന്നാൻ
ഞാൻ ആർത്തി കാട്ടും.
ജനലിൽ ഇയ്യാംപാറ്റകൾ
പൊടിഞ്ഞുവീഴുമ്പോൾ
ഇരുട്ടായെന്ന് ഞാൻ കരുതും.
അന്നേരം ചുമരിലെ
രണ്ട് മുഖചിത്രങ്ങളിൽ
അമ്മച്ചി വെളിച്ചം കൊളുത്തും.
ചുമരിലെ ചിത്രങ്ങളോട്
അമ്മച്ചി സംസാരം തുടങ്ങും.
കടലിന്റെ കഥകൾ പറഞ്ഞുതന്ന്
കടലിറങ്ങിയ അപ്പൻ
പിന്നെ തിരികെ വന്നിട്ടില്ല.
കടലെടുത്തെന്ന് ചിലർ പറയും..
മീൻകൊത്തലിൽ കണ്ണുപോയി
അക്കരെയെവിടെയോ ഉണ്ടെന്ന് ചിലരും.
കെട്ടിറങ്ങാത്ത കള്ളിന്റെ ലഹരിയിൽ
കോരന്റെ കൊടലുമാല കുത്തിച്ചാടിച്ച്
നാടുവിട്ടുപോയ മൂത്തതൊന്നിനെ കുറിച്ചും
നാട്ടുകാര് പറയും.
ഏതോ ജയിലിനകത്താണെന്നും
പക തീർക്കാനാരോ കൊന്നെന്നും

നാട്ടുകാര് പറഞ്ഞ് ഞങ്ങൾ കേൾക്കും.
പൊട്ടിപ്പൊളിഞ്ഞ ചുമരിൽ
ഇനിത്തൂങ്ങാനൊരു മുഖചിത്രത്തിന്
ഇടമില്ലാത്തതിനാലാവണം
അമ്മച്ചി എന്നെ വീടിന് പുറത്തേക്ക്
അയക്കാത്തത്.
നാട്ടുകാർക്ക് പറഞ്ഞിരിക്കാൻ
ഒരാളെ കൂടിയൊരുക്കാൻ
ആവാത്തത് കൊണ്ടാവണം
ജനൽ തുറന്നിട്ട്
ഇത്രമാത്രമാണ് വെളിച്ചം
എന്ന് അമ്മച്ചി പറഞ്ഞത്...

കാൻസർ വാർഡ്

ആരോടും കൂട്ടില്ലാത്ത
മരിയേട്ടത്തി വന്ന്
നാലുമാസങ്ങൾക്ക് ശേഷമാണ്
കുമാരേട്ടൻ
കാൻസർ വാർഡിൽ
ഒരു അംഗമായത്.
കാലങ്ങൾക്കിപ്പുറം
കണ്ടുമുട്ടിയപ്പോൾ അവർ വീണ്ടും
പഴയ പ്രണയിതാക്കളായി.
'ആകാശനീലയാണ്
മരിയയ്ക്ക് ഇഷ്ടം...'
കുപ്പായത്തിന്റെ കോളർ
അമർത്തിയുഴിഞ്ഞുകൊണ്ട്
കുമാരൻ ഓർത്തു...
വാർന്നൊതുക്കിയ മുടി
കെട്ടുകണക്കെ കൊഴിഞ്ഞു വീണപ്പോൾ
മരിയയുടെ കണ്ണ് നിറഞ്ഞു.
'മൊട്ടയടിച്ചാൽ പിന്നെ എന്ത് സുഖാ...'
നീറുന്ന ചിരിയിൽ തല തടവി
അയാൾ മരിയയോട് പറഞ്ഞു.

'ഒരുമിക്കില്ലെന്ന് ഉറപ്പായിട്ടും
ഞാൻ കാത്തിരുന്നു.
ഇയാള് നാടുവിട്ടു പോയതറിഞ്ഞ്
ഒരു ഭീരുവിനെയാണല്ലോ
ഞാൻ സ്നേഹിച്ചതെന്നോർത്ത്
സ്വയം കുറ്റപ്പെടുത്തി.'
ഏറെ ക്ഷീണിച്ച സ്വരത്തിൽ

മരിയ പറഞ്ഞു,

'വീണ്ടും നമ്മളിതാ...
ഈ കാൻസർ വാർഡിൽ ഒരുമിക്കുന്നു.'
കുമാരന്റെ നെടുവീർപ്പ്

'ഈ യാത്ര തീർന്നു പോകുന്നു...
മരണത്തിന്റെ സ്റ്റോപ്പെത്താൻ
വലിയ ദൂരമില്ല എനിക്ക്.'
മരിയ ദൂരേക്ക് നോക്കി പറഞ്ഞു
'നീ മരിക്കില്ല മരിയാ...
നമ്മളിങ്ങനെ ഇവിടെ കുറേക്കാലം...
ചിന്തിച്ചുനോക്കൂ എന്ത് രസമാണ് അത്.'
കുമാരന്റെ കണ്ണിൽ ചെറിയ രണ്ടുതുള്ളികൾ.

'ഒരിക്കൽ പ്രതീക്ഷ തന്ന്
പറ്റിച്ചവളോട് ഇനിയുമിങ്ങനെ...'
മരിയ പറഞ്ഞുനിർത്തി.

നേരം പുലർന്നപ്പോൾ
കാൻസർ വാർഡിൽ
പതിവില്ലാത്ത ബഹളം.
നടുവിൽ
അനക്കമില്ലാതെ കുമാരൻ...
നിറയെ ചോരപ്പാടുകൾ.

ഒരു കാൻസർ രോഗികൂടി മരിച്ചിരിക്കുന്നു.
'എപ്പോഴും പറ്റിച്ചല്ലേ കുമാരന് ശീലം.'
സ്വയം പറഞ്ഞ്
ഉള്ളിലൊരു കടലൊളിപ്പിച്ച്

ആ അറുപതുകാരി
കാൻസർ വാർഡിലെ
നീളൻ ചുമരിലൊന്നിൽ ചാരിനിന്നു.
വീണ്ടും ആൾക്കൂട്ടത്തിൽ
തനിയെ.

ഒറ്റ

ഉമ്മ മരിച്ചന്ന് തൊട്ട്
എന്റെ ചിന്തകളിലൊക്കെയും
ഉപ്പയായിരുന്നു...

'കാലത്ത് കട്ടനൊപ്പം
കൊച്ചുവർത്തമാനം പറയാൻ
ഇനി ആരാ?'
എന്നിങ്ങനെ ഉപ്പ കണ്ണുനിറയ്ക്കും...
ക്ഷീണിക്കുമ്പോൾ തലപ്പുറത്തിരിക്കാൻ,
വിളിപ്പുറത്ത് ഓടിവരാൻ,
ഇനി അവളില്ലെന്ന് ഉപ്പ നീറും...
ചാടിവീഴുന്ന മഴ കാണുമ്പോൾ
ഉപ്പ പേടിക്കും...
ഉമ്മ സൂക്ഷിച്ചുവച്ച
നീളൻ കുടയെടുത്ത് നിവർത്തും...
പള്ളിക്കാട്ടിൽ പെണ്ണൊരുത്തി
ഒറ്റക്ക് നനയുന്നു...
പനിച്ചിരിക്കുമ്പോൾ
പൊടിയരിക്കഞ്ഞി ആര് നൽകുമെന്ന്
ഉപ്പ വേദനിക്കും...
മൈലാഞ്ചിക്കാട്ടിലൂടെ
പിറുപിറുത്തങ്ങനെ നടന്നുനീങ്ങുന്ന
ഉപ്പയെ ഞാൻ നോക്കിയിരിക്കും...
ഉമ്മ മരിച്ചന്നുതൊട്ട്
എന്റെ ചിന്തകളിലൊക്കെയും
ഉപ്പയായിരുന്നു,
മരിച്ചത് ഉപ്പയാണോ...
എന്നായിരുന്നു.

മനുഷ്യൻ തന്നെ

കയറിവരാം...
ഇറങ്ങിപ്പോകാം...
അടയാളങ്ങൾ ബാക്കിയാക്കില്ലെന്ന്
ഉറപ്പുണ്ടെങ്കിൽ മാത്രം.
ഓർക്കുക,
നോവുണർത്തുന്നതും
നോവകറ്റുന്നതും
മനുഷ്യർ തന്നെ!

ചുറ്റും

അങ്ങനെ
വേദനകൾ തുന്നിക്കെട്ടി
ഞാനൊരു
കവിതയെഴുതുന്നു...
അതേ നോവുതാങ്ങി
നിങ്ങളതിനെ
ചുംബിക്കുന്നു...
നോക്കൂ,
ഒരേ മുറിവ് പേറുന്ന
എത്ര മനുഷ്യരാണ് ചുറ്റും.

പിരിയുമ്പോൾ

പിരിയുമ്പോൾ നമുക്ക്
രണ്ടു പുഴകളാവാം...
ഇനി കാണാതിരിക്കാൻ
ഇരുവഴി ഒഴുകാം...
കുത്തിയൊലിച്ചും തല്ലിത്തെറിച്ചും
തിരിച്ചറിയാനാവാത്ത
മുഖങ്ങളാവാം...
കടലിൽ അലിഞ്ഞങ്ങനെ
നമുക്കു മാത്രമറിയാവുന്ന
കഥകളാവാം...

ഇടയ്ക്ക്

ഇടയ്ക്കൊന്ന്
കയറിവരാനെങ്കിലും
നിനക്കെന്തെങ്കിലുമൊക്കെ
മറന്നുവയ്ക്കാമായിരുന്നു...

തലോടൽ

പരിഗണനയുടെ
അവസാനത്തെ വാതിലും
അടയ്ക്കപ്പെട്ട മനുഷ്യന്
ആട്ടിയോടിക്കലും
ഒരുവിധം തലോടലാണത്രേ!

മറവി

പെയ്യുന്നത്
നീയാണെന്നതുകൊണ്ടു
മാത്രം
മനഃപൂർവ്വം
കുടയെ മറന്നുവയ്ക്കുന്നു
ഞാൻ...

ഉപേക്ഷിച്ചതാണെന്നറിയാതെ

ഉപേക്ഷിച്ചതാണെന്നറിയാതെ
നിങ്ങളകപ്പെട്ടത്
ഇരുളും മുൾച്ചെടികളുമുള്ള
ഇതേ കാട്ടിൽത്തന്നെയായിരുന്നു...
ഇനി അയാൾ വരില്ലെന്നറിഞ്ഞപ്പോൾ
മുള്ളുകൊണ്ട് മുറിവുണ്ടായി...
ഇരുൾകൊണ്ട് പേടിയും...
അത്രതന്നെ!

പാട്

ആഴത്തിൽ നീ
ഉമ്മവച്ച പാടിലാണ്
അവസാനമായി ഞാൻ ഊളിയിട്ടത്.
ഇനി ജീവിതത്തിലേക്കില്ലെങ്കിലും
ഏറ്റവും സുന്ദരമായ
മരണമായിരുന്നു അത്.

എഴുതുമ്പോൾ

എഴുതുമ്പോൾ
കവിതയിൽ തട്ടി മുറിയും.
നിനക്ക് മാത്രം നീറും.
തല്ക്കാലം എഴുതുന്നില്ല.

വേദനപ്പെടാതിരിക്കട്ടെ,
നിന്റെ അടയാളങ്ങൾ
മറ്റാരും അറിയാതിരിക്കട്ടെ...

സ്വയം

അങ്ങനെയിരിക്കെ,
സ്നേഹം കൊതിപ്പിച്ചൊരാൾ
കടന്നുവരും...
ലോകം ആ ഒരാളാണെന്ന്
നമ്മൾ തെറ്റിദ്ധരിക്കും...
ഉണങ്ങാത്ത മുറിവിൽ ഉമ്മവച്ച്
വീണ്ടും നീറ്റലേകും...
വിശ്വസിക്കരുത്,
അവനവനിൽ കവിഞ്ഞൊരാളെ
സ്നേഹിക്കരുത്.

കണ്മുന്നിൽ ജീവിതം

ജീവിതത്തിൽ
ഇനിയുമൊരുപാട് വഴികൾ
നിങ്ങൾ കാണും.
ഒരുപാട് മുഖങ്ങളെ...
വേദനകളെ...
ചിരികളെ...
നിങ്ങൾ കണ്ടുമുട്ടും.
മുന്നോട്ടുപോകും.
പക്ഷേ,
കഴിഞ്ഞ കാലത്തിന്റെ
ഓർമ്മകളിൽ
ഒരാളുടെ മിടിപ്പിന്റെ
വേഗതയിൽ തട്ടി
നെഞ്ചടിച്ച് വീണൊരു
വേദനയിൽ
കൺമുന്നിൽ ജീവിതം
കൊഞ്ഞനം കുത്തും...
കണ്ണീരിൽ ജീവിതം
മുനിഞ്ഞു കത്തും...

എത്രവട്ടമേറെ

ഇനി അങ്ങനെയൊരാളില്ല.
ആ നേരങ്ങളോ നിഴലോ ഇനിയില്ല.
എന്നിട്ടും,
അറ്റു പോകാത്ത ഓർമ്മകളുടെ
വള്ളിപ്പടർപ്പിൽ
എത്രവട്ടമേറെ
കഴുത്തുഞെരിക്കുന്നു ഞാൻ.

മാറാല പോലെ

എത്രയൊക്കെ
തട്ടിക്കളഞ്ഞിട്ടും
എത്രയാവർത്തി കുടഞ്ഞിട്ടും
ഒരു നാണവുമില്ലാതെ
പറ്റിപ്പിടിച്ച് മുളയ്ക്കുന്നു
മാറാല പോലെ
നിന്റെയോർമ്മ.

ഇനിയും കടന്നുവരാൻ

ഇനിയും കടന്നുവരാൻ
മനുഷ്യരുണ്ടാകും...
കൂട്ടിരിന്നും കെട്ടിപ്പിടിച്ചും
അവർ ഉടലാകെ കവിത കോറിയിടും.
എന്നിട്ടോ...?
ഇതുപോലൊരു നരച്ചപകലിൽ
കടൽ കാണിച്ചൊറ്റപ്പെടുത്തും.
വൈകാതെ വരും എന്നുകാത്ത്
നമ്മളാ തിരയെണ്ണി തുടങ്ങും.
വേദനയുടെ ഉപ്പുകാറ്റേറ്റ്
നീന്താൻ അറിയാത്തതുപോലും
നമ്മൾ മറന്നുപോകുന്ന
സന്ദർഭമാണത്.

ലവലേശം ഭയമില്ലാതെ

എഴുതിച്ചേർക്കാനും
വെട്ടിക്കളയാനും
പാകമുള്ളൊരീ പുസ്തകത്തിൽ
എത്ര മനോഹരമായാണ്
നിന്നെ ഞാൻ ഒട്ടിച്ചുവെച്ചത്...
പറിഞ്ഞുപോകുമെന്ന്
ലവലേശം ഭയമില്ലാതെ!

ഓർമ്മകളുടെ ഗുളികപ്പൊട്ടുകൾ

സുഖപ്പെടാൻ വിഴുങ്ങിക്കളയുന്ന
ഗുളികക്കെട്ടുപോലെയാണ്
നിന്റെ ഓർമ്മകൾ...
ദിവസത്തിൽ മൂന്നുനേരമത്
തൊണ്ടയിറങ്ങാതെ
തളർത്തിക്കളയും...
ഒരുവിധം ഉള്ളിലെത്തുമ്പോൾ
അടുത്ത ഊഴം കാത്തിരിക്കും.
എന്നിരുന്നാലും
നിന്റെ ഓർമ്മകളുടെ ഗുളികപ്പൊട്ടുകൾ
എനിക്കിഷ്ടമാണ്.
ഒറ്റയിരിപ്പിന് വാരിവിഴുങ്ങിയങ്ങ്
ചത്തുകളയാൻ തോന്നുന്ന
അത്രേം ഇഷ്ടം.

കവിത ഊട്ടുന്ന വിധം

കവിതകളിൽ ഞാനൊരു
രൂപം വരയ്ക്കുന്നു...
നിങ്ങളതിൽ നൂറായിരം
പ്രതിബിംബങ്ങളെ കാണുന്നു...
അങ്ങനെ എണ്ണമറ്റ നിഴലുകൾ
വരികളിൽ ചേക്കേറുന്നു...
ചിന്തിച്ചു നോക്കൂ...
ഒരു കവിത ഒരായിരം പേരെ
ഊട്ടുന്നത് എത്ര വിധത്തിലാണ്.

മുറിവ്

ആ ഒരാൾ വന്ന് ഊതിത്തരും
എന്നതുകൊണ്ട് മാത്രമാണ്
ചില മുറിവുകൾ ഇപ്പോഴും
ഉണങ്ങാതിരിക്കുന്നത്.
അങ്ങനെയൊരാൾ
വരാനില്ലെന്ന് വിശ്വസിക്കൂ...
പിന്നീടുള്ള മുറിവുകളൊക്കെ
നമ്മുടേതാണ്.
വെച്ചുകെട്ടാൻ ആരുമില്ലാതിരിക്കെ
നീറ്റൽ നമ്മുടേത് മാത്രമായിരിക്കെ
മുറിവുകളെല്ലാം
മുറിവുകളല്ലാതാകുന്നു.

വിടവ്

നീ ഇറങ്ങിപ്പോയ വാതിലിലൂടെ
മറ്റൊരു ഉടലും പാകപ്പെടുന്നില്ല.
ഒന്നുകിൽ,
തുരുമ്പെടുത്ത പിടിയുടെ ഒച്ച...
അല്ലെങ്കിൽ,
ദ്രവിച്ച അറ്റത്തിന്റെ മൂർച്ച...
ഇടയിലെ വിടവൊന്ന്
മറക്കാനെങ്കിലും
നീ തന്നെ കടന്നുവരുന്നതാണ്
നല്ലത്.

സ്നേഹം വിഷമാകുന്നത്

മറ്റൊരാളിൽ നിന്നും
ലഭിക്കാതിരിക്കുമ്പോഴല്ല,
കിട്ടിക്കൊണ്ടിരിക്കുന്നതിന്റെ
അളവ് കുറയുമ്പോഴാണ്
സ്നേഹം വിഷമാകുന്നത്.

അതിജീവനം

നിന്റെ ഓർമ്മയിൽ
നരച്ചൊരു പകലിന്റെ പാടിൽ
ഉള്ളുപൊള്ളിയൊരു നട്ടുച്ചയെ,
വേദനയുടെ വൈകുന്നേരത്തെ
ഞാൻ അതിജീവിക്കുന്നു.
എത്രയായിട്ടും കണ്ണടച്ചൊരു രാത്രി
എന്നെ മുറിച്ചുകടക്കുന്നേയില്ല.

നനവ്

അത്രയെളുപ്പത്തിൽ
പെയ്തുതോരുന്നില്ല..
ഉള്ളുനനച്ചെന്നെ
ഒറ്റയ്ക്ക് നനയ്ക്കുമീ മഴ!

വഴി

നിന്നെ കാത്തിരുന്നെഴുതിയ
കവിതകളെ
ഇന്നലെ ഞാൻ
കൂട്തുറന്നു വിട്ടു.
എവിടെ വച്ചെങ്കിലും
നിന്നെ അവ കണ്ടുമുട്ടും.
എന്നിലേക്കുള്ള വഴി
പറഞ്ഞുതരും.

പക്വമായ യാത്രപറച്ചിൽ

പക്വമായ യാത്രപറച്ചിലായിരുന്നു
നമ്മുടേത്...
ഇനി കാണില്ലെന്നും ഓർക്കില്ലെന്നുമുള്ള
ഉടമ്പടിയിൽ ഒപ്പുവച്ചത്...

സത്യമായിട്ടും
ഞാനത് തെറ്റിച്ചില്ല...
നീ തെറ്റിച്ചു കാണുമോയെന്നറിയാൻ
മാത്രം നിന്നെയോർക്കുന്നു
എന്നല്ലാതെ!

www.ingramcontent.com/pod-product-compliance
Lightning Source LLC
Chambersburg PA
CBHW050025170726
48282CB00025B/545
* 9 7 8 8 1 9 6 6 9 7 6 5 5 *